2 CHILDREN'S STORIES
2 KUWENTONG PAMBATA
IRMA TRINOS GOTERA

COPYRIGHT 2023-2 CHILDREN'S STORIES (MGA KWETOG PAMBATA
By Irma Gotera

ISBN
978-621-470-842-0
978-621-470-843-7
978-621-470-844-4

Published by:
Poetry Planet Book Publishing House
Rosario, Pozorrubio, Pangasinan, Philippines
Contact Number: 09554960094
Email: maritesritumalta@gmail.com

MGA NILALAMAN
(Table of Contents)

SI HAMID,
ANG BATANG
MAPAGMAHAL

BACKGROUND OF THE STORY

This is the story of a Filipino Muslim boy named Hamid, who is a prayerful and loving child. He is raised to be a good son. His parents teach him how to pray. Hamid believes that at a young age, he must go to church even by himself, and young boys must love praying before playing.

The author of this story, though a Catholic Christian, has been living in a Filipino Muslim community where the local residents are mostly Meranaw Muslims. She believes that respect is the key virtue for nurturing a spirit of connection among people of different religions and cultures.

Sa edad na pito ay isinasama na ng kanyang mahal na ama si Hamid sa moske upang magdasal. Naiiba siya sa ibang bata dahil mas mahal niya ang pagsisimba kaysa sa paglalaro.

At the age of seven, his beloved father is taking Hamid to the mosque to pray. He was different from other children because he loved church more than playing.

Isang araw, bigla na lamang nagkasakit ang kanyang ama na labis niyang ikinalungkot.
"Anak, h'wag kang umiyak.

Pagagalingin ako ng ALLAH (SWT)),"
ang wika ng kanyang ama kay Hamid.

"Opo, Abe, In Shaa Allah. Ipagdarasal ko po palagi ang inyong paggaling", sagot ni Hamid.

One day, his father suddenly fell ill, which made him very sad.

"Son, don't cry. Allah (SWT) will heal me," his father said to Hamid.

Yes, Abe, In Shaa Allah, I will always pray for your recovery," Hamid said.

Nag-alala ang kanyang ina na baka pumuntang mag-isa si Hamid sa moske.

“Hamid, simula ngayon dito ka na sa bahay magdarasal.”

“Ome, alam ko na po ang pagpunta sa moske. Alam ko na rin po kung paano magdasal. Wala pong mangyayaring masama sa ‘kin. Iingatan po ako ng Allah (SWT). H’wag po kayong mag-alala.”

Narinig ng ama ang pag-uusap ng mag-ina.

His mother worried that Hamid might go to the mosque alone.

"Hamid, from now on, you will pray at home."

"Ome, I already know how to go to the mosque. I also know how to pray. Nothing bad will happen to me. Allah (SWT) will protect me. Don't worry."

"Ome, I already know how to go to the mosque. I also know how to pray. Nothing bad will happen to me. Allah (SWT) will protect me. Don't worry."

The father overheard the mother and son's conversation.

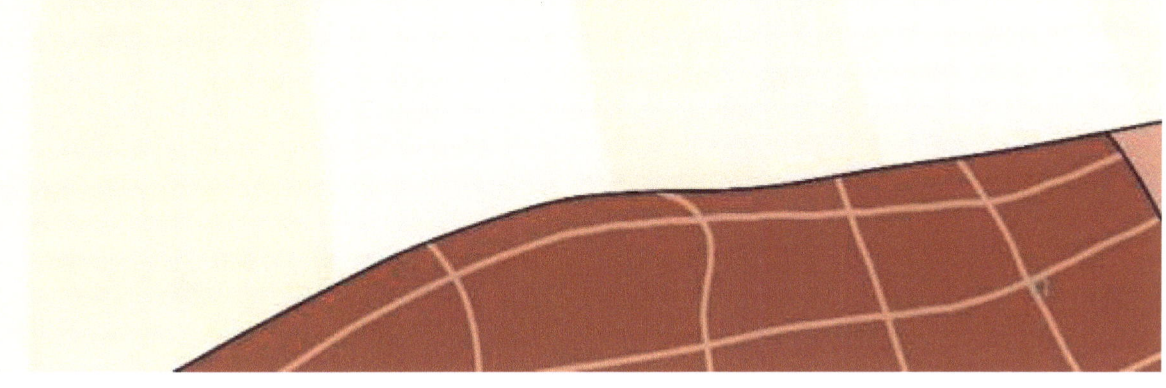

"Anida, hayaan mo na si Hamid. Malaki na siya para pumuntang mag-isa sa moske," sa mahinang tinig ni Ismael. "Alhamdulillah! Salamat, Ome. Salamat, Abe," sa masayang tinig ni Hamid.

"Anida, let Hamid go. He is old enough to go to the mosque alone, said Ismael in his weak voice.

"Alhamdulillah! Thank you, Ome. Thank you, Abe," " in Hamid's happy voice.

Isang araw, habang patungo sa moske ay nadaanan niyang naglalaro ang mga bata kahit tanghali. Niyaya niya ang mga itong sumama sa kanya sa moske.

"Mga kaibigan, alam ba ninyong mahalaga ang pagsisimba sa oras na ito? Sa tuwing nagsisimba ako ay parang nasa kaharian ako ng Panginoong Allah (SWT). Nais kong maranasan n'yo 'yon. Sana sumama kayo sa 'kin".

"Sa ibang araw na lang, Hamid. Hindi kami nakabihis gaya ng damit mo," nakangiting sagot ng batang kasinggulang niya.

One day, he passed by children playing even at noon. He invited them to join him in the mosque. "Friends, do you know how important it is to pray at this time? Every time I go to church, I feel like I'm in the kingdom of the Lord Allah (SWT). I want you to experience that. I hope you come with me."

"Another day, Hamid. We're not dressed like you," the boy his age answered with a smile.

. "Ah, Kimon ang tawag dito. Ito ay isang pormal na damit na isinusuot kapag nagdarasal kay Allah (SWT)." sabi ni Hamid nang may ngiti.

"May ganyan din ang ama ko," mabilis na sagot ng isang bata.

"Paalam, mga kaibigan. Sana'y makasama ko kayo sa pagsisimba sa moske isang araw," muling sabi ni Hamid.

"Oh, this is called Kimon. This is a proper dress for men when praying to Allah (SWT)," Hamid said with a smile.

"My father has that kind of dress, too," said the boy quickly.

"Goodbye, friends. I wish you could come with me to the mosque one day," said Hamid again.

"Yes, Hamid," said the boy.

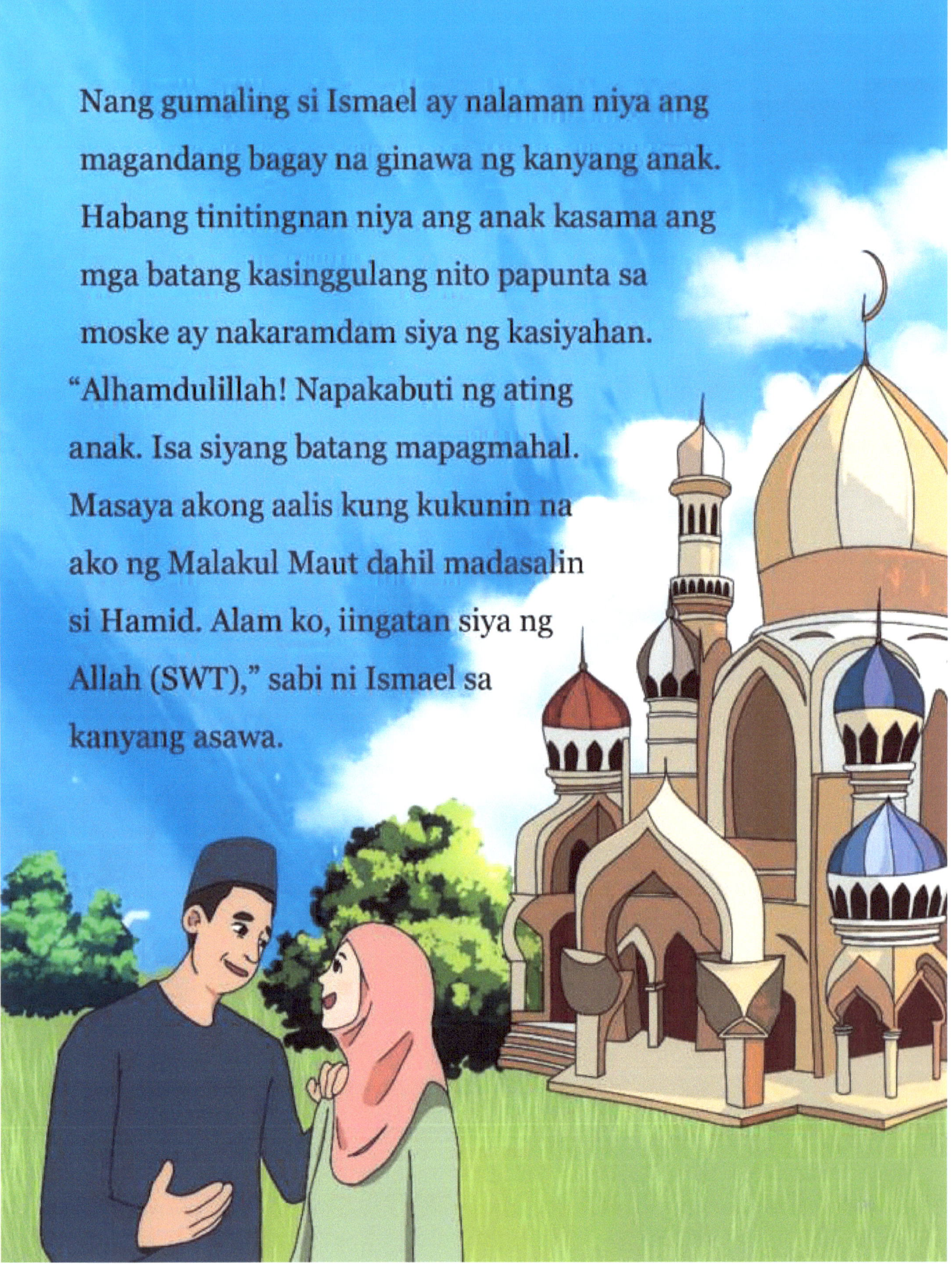

Nang gumaling si Ismael ay nalaman niya ang magandang bagay na ginawa ng kanyang anak. Habang tinitingnan niya ang anak kasama ang mga batang kasinggulang nito papunta sa moske ay nakaramdam siya ng kasiyahan. "Alhamdulillah! Napakabuti ng ating anak. Isa siyang batang mapagmahal. Masaya akong aalis kung kukunin na ako ng Malakul Maut dahil madasalin si Hamid. Alam ko, iingatan siya ng Allah (SWT)," sabi ni Ismael sa kanyang asawa.

When Ismael recovered, he found out about the good thing his son had done. As he looked at Hamid and the children of his age going to the mosque, he felt very happy.

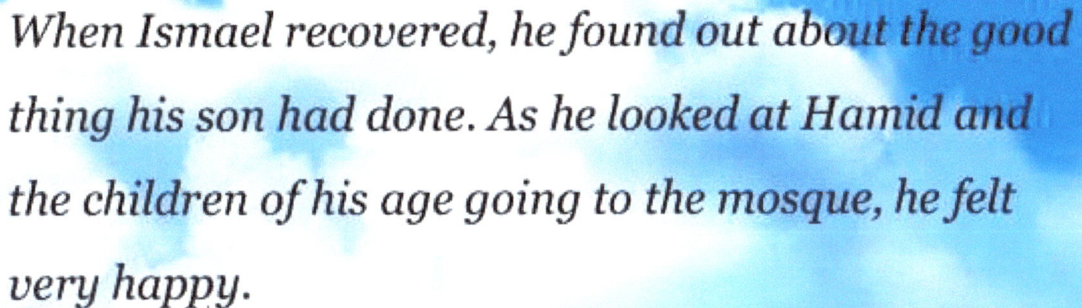

"Alhamdulillah! Our son is such a good boy. He is a loving child. I will happily leave if Malakul Maut takes me because Hamid is a prayerful boy. I know Allah will take care of him," he said to his wife.

Keywords meaning

'Malakul Maut' - Arabic term for the angel of death
Inshaa Allah - Arabic term for God's blessing or Gift of God
Ome - A Meranaw term for mother
Abe- A Meranaw term for father
Alhamdulillah - Arabic phrase meaning praise be to God
Hamid - A boy's name for Muslim; praised and loving

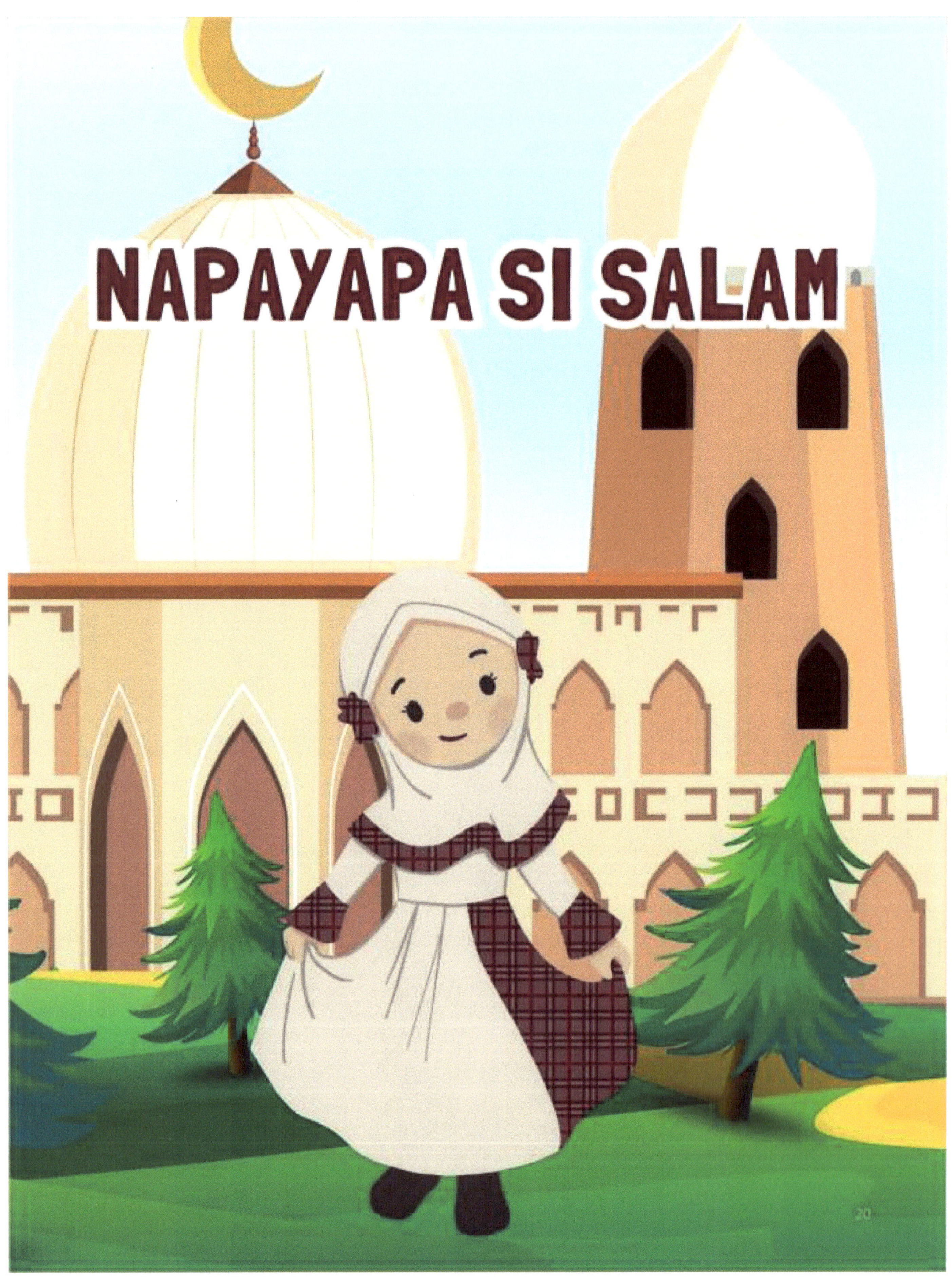
NAPAYAPA SI SALAM

ABOUT THE STORY

Salam at Peace is the story of a Muslim girl who hates to wear 'kumbong', despite her mother's word of wisdom. But one day, her hatred turned into love for her kumbong. She had a dream that changed her attitude toward not wearing her kumbong. Finally, she found the courage to wearing it without her mother's gentle reminder.

Si Salam ay labindalawang taong gulang at kasalukuyang nasa Grade 6, nang matuto siyang maglakad ay nilalagyan na siya ng kumbong ng kanyang Ome, na si Bae Asisa. Sa una'y tinatanggal niya ang munting telang ito sa kanyang ulo hanggang sa masanay siyang isuot ito.

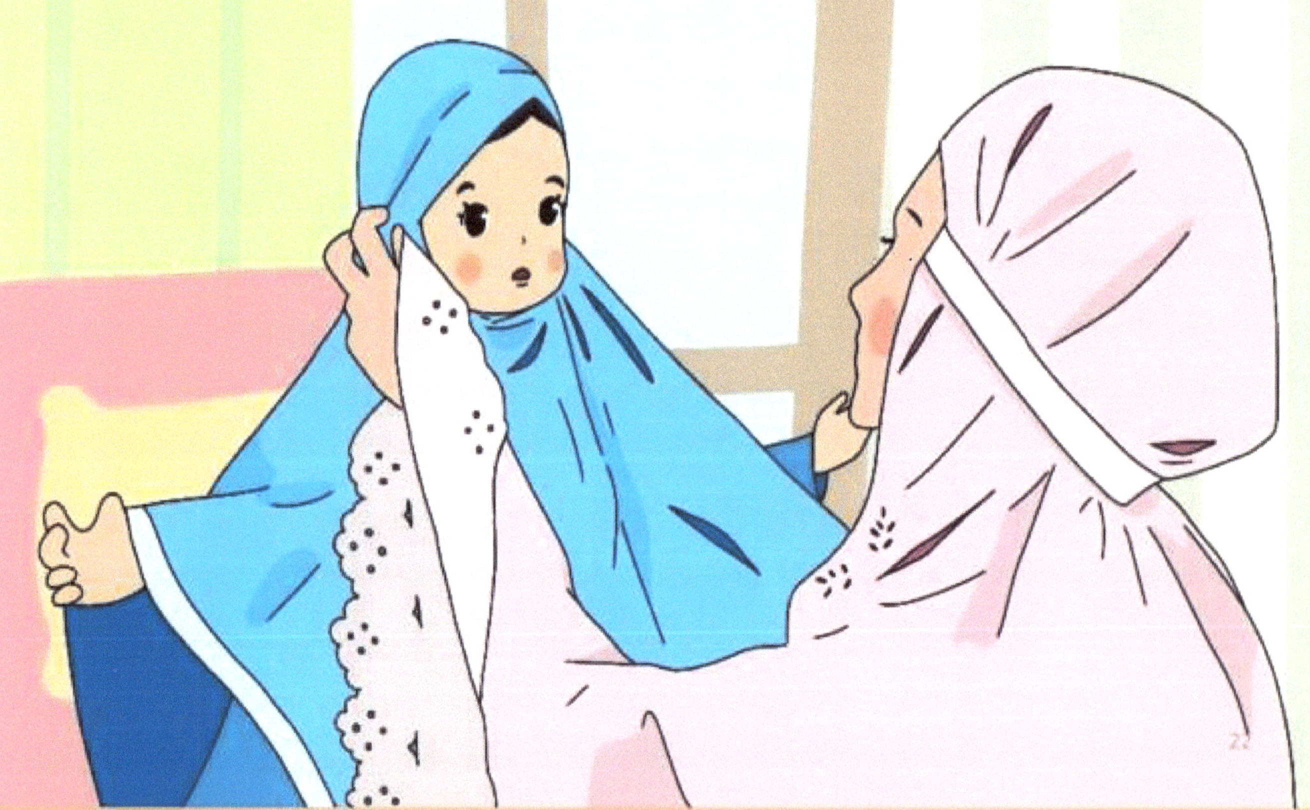

Salam was twelve years old and is currently in 6th grade. When she learned to walk, her Ome, Bae Asisa, started to put kumbong on her head. At first, she removed this small cloth from her head until she got used to wearing it.

Nang magsimula na siyang pumasok sa paaralan, madalas ay nakakaligtaan niyang isuot ang kanyang kumbong dahil sa pagmamadali.

"Sallaaaaaam, yung kumbong mo, iniwan mo na naman," sigaw ni Bae Asisa.

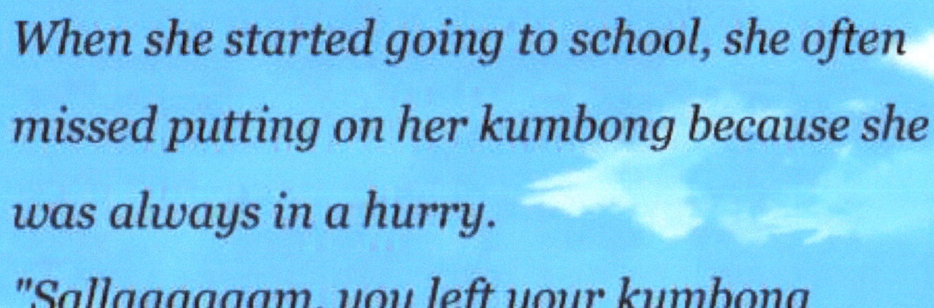

When she started going to school, she often missed putting on her kumbong because she was always in a hurry.

"Sallaaaaaam, you left your kumbong again! shouted Bae Asisa.

Parang biro lamang kay Salam ang pagbibigay ng halaga sa pagsusuot ng kumbong. Hindi niya alam na mahalaga ang pagsusuot nito sa isang Muslim na gaya niya. Isinusuot lamang niya ang kumbong dahil sa pinipilit siya ng kanyang Ome, ngunit tinatanggal din niya ito pagdating sa paaralan.

It's like a joke for Salam to give value to wearing a kumbong. She ignored the fact that wearing it was important to a Muslim girl like her. She only wore the kumbong because her Ome forced her to, but she took it off when she arrived at the school.

Nakatira sa isang komunidad ng mga Kristiyano ang pamilya Balt. Kahit nasa lugar sila ng mga Kristiyano ay sinusunod pa rin ng pamilya ang paraan ng pamumuhay ng mga Meranaw. Bagaman, may ilang pagbabago ay hindi nila nakakalimutan ang mga tradisyonal na gawain ng kanilang etniko.

The Balt family lived in a Christian community. Though they were living in a Christian area, the family would still follow the Meranaw way of life. With some changes, they would not forget the traditional activities of their ethnic group.

"Hayyyyyyy! Matanggal nga ang kumbong na 'to!" wika ni Salam na naiinis.

"Salam! Bakit di mo na naman suot ang kumbong mo? Ilang ulit ko bang ipaliliwanag sa 'yo ang halaga nito sa 'yo bilang babae at isang Muslim. Kapag nakakumbong ka, malinis kang tingnan sapagkat hindi tumatabon ang buhok mo sa iyong mukha at higit sa lahat kinalulugdan ng Allah (SWT) ang batang sumusunod sa kanya," paglilinaw ni Bae Asisa.

Hindi sumagot si Salam. Pumasok siya sa kanyang kuwarto at agad na nahiga sa kanyang kama. Di niya namalayang nakatulog siya.

"Hayyyyyy! I'll remove this kumbong!" said Salam, annoyed.

"Salam! Why aren't you wearing your kumbong again? How many times do I have to explain to you the value of this to you as a girl and a Muslim? When you wear your kumbong, you look neat and clean because your hair does not cover your face, and above all, Allah (SWT) is pleased with the child who follows him," explained Bae Asisa.

Salam did not answer. She went into her room and immediately laid down on her bed. She didn't realize she had fallen asleep.

"Aaaaaaaaaaaaaahhhhhhhhhhhhhhhhhhhh!
", malakas na sigaw ni Salam. "Ome, Ome..."
Nanaginip siya. Nagkukumpulan ang kuto sa kanyang buhok. Ang ibang kuto ay lumilipad pa. Wala siyang makita sapagkat natatabunan ng kanyang buhok ang kanyang mga mata.

Sinabi niya sa kanyang ina ang kanyang panaginip.

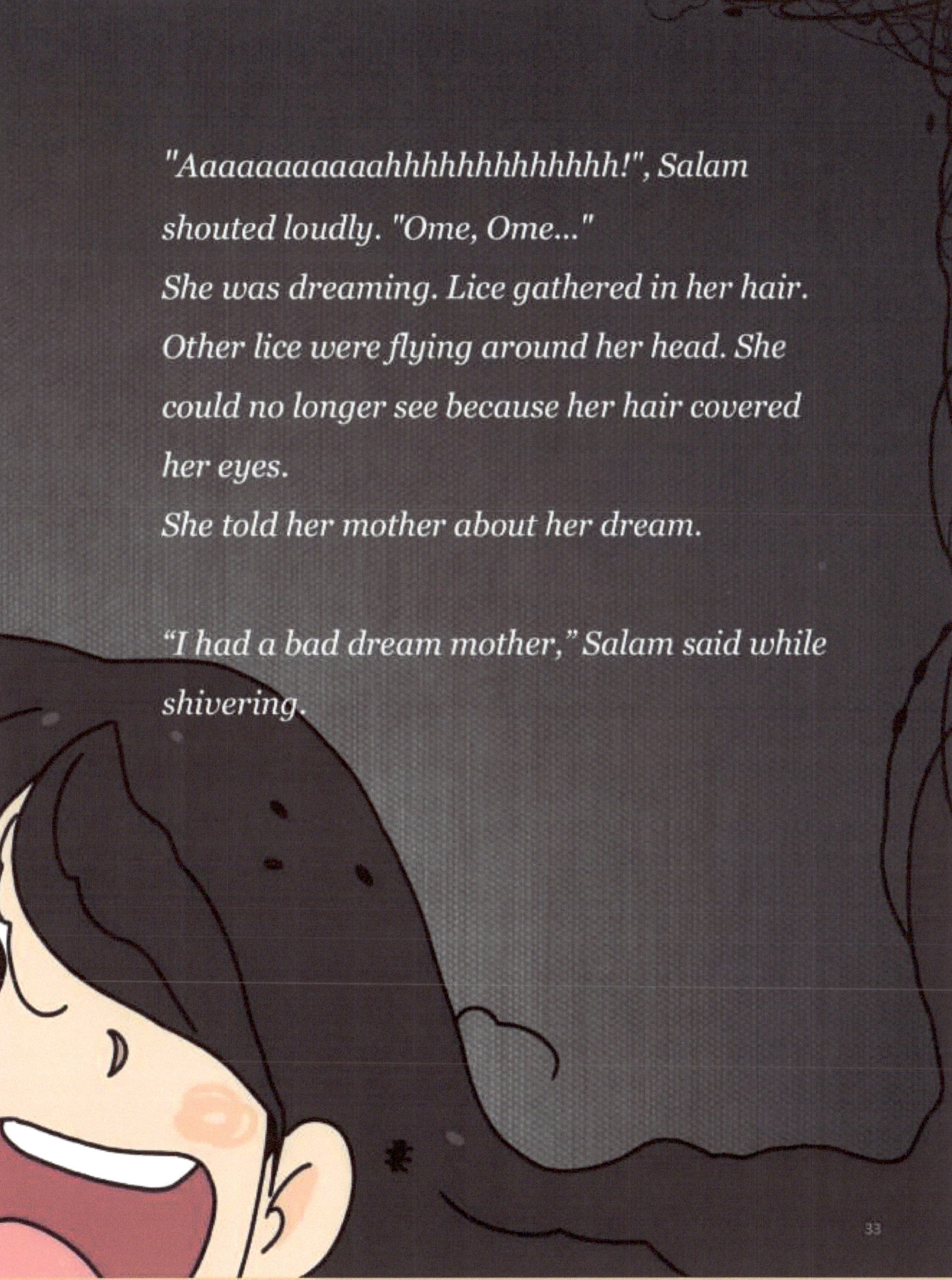

"Aaaaaaaaaaahhhhhhhhhhhh!", Salam shouted loudly. "Ome, Ome..."

She was dreaming. Lice gathered in her hair. Other lice were flying around her head. She could no longer see because her hair covered her eyes.

She told her mother about her dream.

"I had a bad dream mother," Salam said while shivering.

. Nanaginip po ako ng masama, Ome," sabi ni Salam habang nanginginig.

"Kaya, dapat nagdarasal ka bago matulog," sabi ni Bae Asisa sa mahinang

Niyakap siya ng kanyang ina at dinampian ng halik ang kanyang noo.

Kinabukasan, ay maingat na inilalagay ni Salam ang kumbong sa kanyang ulo. Ipinalibot niya ito sa kanyang ulo at leeg. Tiniyak niyang matatakpan ang kanyang buhok, leeg at mga taenga. Nakaramdam ng pagmamalaki ang kanyang Ome sapagkat sa wakas ay napayapa si Salam sa kanyang kulay pastel na bughaw.

Tumingin siya sa kanyang Ome at nagwika nang may pagkagiliw.

"Maraming salamat po, Ome. Mahal ko po kayo."

KeyWords Meaning

Kumbong - a Meranaw term for Hijab

Ome - a Meranaw term for mother

"That was a bad dream, my child. So, you should pray before going to sleep, said Bae Asisa in a soft voice.

Her mother hugged her and gently kissed her on the forehead.

The next day, Salam was carefully putting the kumbong on her head in front of the mirror. She wrapped her kumbong around her head and neck.

She made sure she covered her hair, neck, and ears. Her mother felt so proud that Salam was at peace wearing her pastel blue kumbong. Salam looked at Ome and fondly said, Thank you, Ome. I love you."

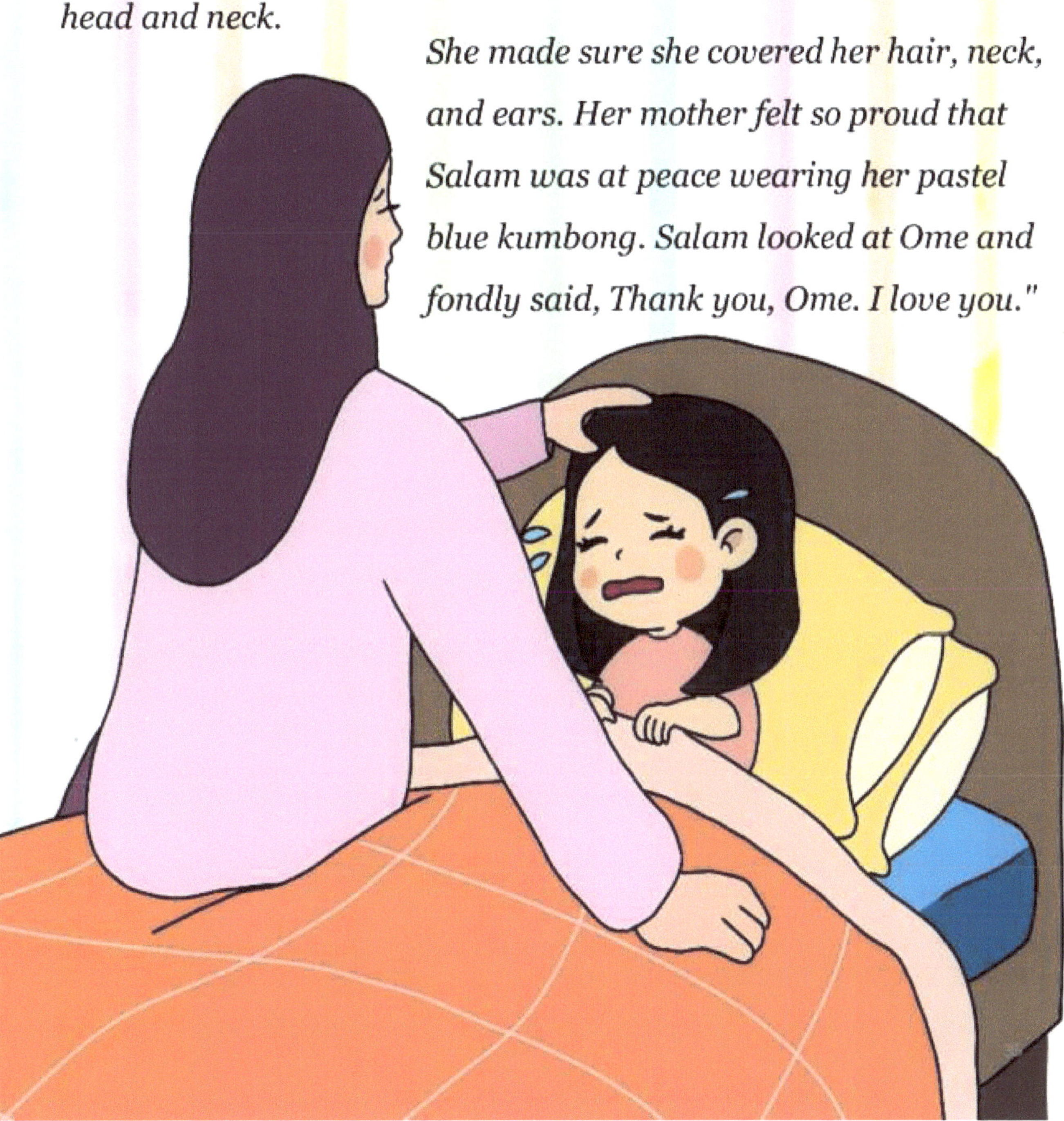

ANG MAY AKDA
The Author

Name: **Irma Trinos-Gotera**
Birthplace: **Pasay City Manila**
Hometown: **Cabuyao Laguna**
Occupation: **Teaching Filipino courses in the Department of Filipino and Other Languages, College of Social Sciences and Humanities, MSU Marawi City**

www.ingramcontent.com/pod-product-compliance
Lightning Source LLC
LaVergne TN
LVHW071216160826
845679LV00003B/849
* 9 7 8 6 2 1 4 7 0 8 4 2 0 *